கவிதை
மொட்டின் முணுமுணுப்புகள்

முனைவர் செ.அருள்ஜோதி

SHANLAX
#SINCE1990
SHANLAX PUBLICATIONS

நூல் விபரப் பட்டியல்

நூலின் பெயர்	:	**கவிதை மொட்டின் முணுமுணுப்புகள்**
ஆசிரியர்	:	**செ.அருள்ஜோதி**
ISBN	:	978-93-91373-60-3
பதிப்புரிமை	:	ஆசிரியருக்கே
மொழி	:	தமிழ்
பதிப்பு	:	முதல் பதிப்பு, நவம்பர், 2021
விலை	:	₹220/-
நூல் அளவு	:	Demmy
பக்கங்கள்	:	80
பதிப்பகம்	:	சான்லாக்ஸ் பதிப்பகம் 61,T.P.K மெயின் ரோடு, வசந்த நகர், மதுரை – 3.

அணிந்து மகிழ்ந்த போது

பேராசிரியர் **தி.சு. நடராசன்**

காதலித்துப்பார் - கவிதைகளும் பொக்கிஷமாகும். தனிமையில் நின்று பார், உறவின் பலம் தெரியும்- இப்படிக்காதலின் பலத்தையும் கவிதைகளின் பலத்தையும் தனிமையின் தேர்ந்திட்ட பலத்தையும் சொற்களில் வடிவாக்கித் தந்திருக்கிறார், கவிஞர் செ.அருள்ஜோதி, இந்தக் கவிதைகளில் உயிர்ப்பில், உணர்வில், தன்னுடைய உன்னதத்தை காணுகிறார். மண்ணின் உரத்தில், ஈரக்கசிவில் முட்டி முளைத்துவிடத் துடித்துக் கொண்டிருக்கிறது, அவரது கவிதைகள். இவர், கவிதைக்குப் புதியவராகத் தோன்றவில்லை, அதனோடு பழகியவராக, அதனோடு வாசம் செய்பவராக, நெருங்கி இருப்பவராகத் தோன்றுகிறார். கவிஞராக வாழத்துடிக்கும் துடிப்பு, இவருடையது. ஆளுமையின் ஒளியாய் - அந்த ஒளியின் சுடராய் இவரது கவிதைகள் உருவாகி கிடக்கின்றன என்று தான் சொல்ல வேண்டும். அழகினை ஆராதிக்கும் ஆளுமை, கவிதையாய் வெளிப்படும்.

பல் வேறுபட்ட வடிவங்கள், பல்வேறுபட்ட தளங்கள், பல்வேறுபட்ட பொருட்கள், உணர்வுடன் இவை, இவரிடம் நெருங்கிக்கிடக்கின்றன. 'விதைத்தவன் உறங்கினாலும், மண்ணில் விழுந்த வீரிய விதை மண்ணில் தன்னை மறைத்தே விழித்திருக்கும், வான் நோக்கி. விண்துளி விழுந்ததும் முட்டி முளைத்தே

எழத்தோன்றும்' உயிர்ப்பு என்பது சத்தியமானால் அதன் இருப்பு என்பது ஒரு நித்தியம்.

கரோனாவை தான் பாருங்களேன் - அப்படி என்றோ மறந்து ஆழ்ந்து உறங்கிக்கிடந்தது - உயிர்க்கத் தொடங்கி விட்டதே மனித உயிர்க்கு ஒரு குலை நடுக்கத்தை தந்து நிற்கிறதே. நல்லது மட்டுமா நிற்கிறது, இப்படிச் பொல்லாததும் நல்லதாகி நிற்கிறதே.

நல்லதையே நாம் வளர்ப்போம். பொல்லாததை புறந் தள்ளுவோம். உயிர்களைப் பிணைப்பது நல்ல அன்பு, நல்ல உறவோடு பினைப்பது காதல். காதல் என்பது இனை விழைச்சோடு கூடிய உணர்வல்ல, உயிர்களை ஒன்றினைத்து உறவாகும் ஒரு உன்னத உணர்வு. கவிதையும் சரி, காதலும் சரி, உயிர்களோடு பின்னிப்பிணைந்து விளையாடும் ஒரு தருமம்.

விதைத்தவன் உறங்கினாலும்
மண்ணில் விழுந்த வீரிய விதை
உறங்குவதில்லை
மண்ணில் தன்னை
மறைத்தே விழித்திருக்கும்
விண்துளி விழுந்ததும்
முட்டி முளைத்து எழத்துடித்தே
ஒன்றல்ல நூராயிரமாய்ப் பெருகும்
என்று கொண்டாடுகிறார்.

கவிஞர்க்கு நித்தியத்திலும், சத்தியத்திலும் வெரும் நம்பிக்கையும் பட்டுவிடுவதில்லை அழகு சித்திரங்களாய் அனுகிப்பார்க்காமல் உயிர்கள் தொட்டுத்தொடரும், ஒரு பாரம்பரியம்.

மண்ணின் ஈரவாசத்தில்
முட்டி முளைத்து விடத்துடிக்கிறது
என்றோ விழுந்த வித்து !

நம்பிக்கை தான் வாழ்கையின் உயிர்த்தலம், நம்பிக்கை தான் வாழ்கையின் ஜீவத்துடிப்பு. கவிஞர் அருள்ஜோதியிடம் இது ஆனந்தமாய்க்கிடக்கிறது.

சில கவிதைகள் செறிவானவை, குறுகியவை, சில கவிதைகள் கொஞ்சம் நீண்டவை, இன்னும் சில கவிதைகள் இன்னும் சற்று நீளமானவை. அள்ளிப்பருகி, இருகை குவித்தாலே போதும். தண்ணீரின் ருசிஅதன் தெளிவிலும், குளுமையிலும், சுத்தத்திலும் தான் இருக்கிறது.

காதலையும், கவிதையையும், முரண் படுத்தியும், ஒன்று படுத்தியும் பல இடங்களில் பேசுகிறார். ரசனையின் உச்சமும் உயிர்பின் ரசமும் இந்த இரண்டின் இயல்பில் கலந்தும் முரணியும் இருக்கிறன.

மௌனத்தில் போராடும் - காதல்
மொழில் போராடும் - கவிதை
கலையின் அசைவில் - காதல் வரும்
கலையின் ரசிப்பில் - கவிதை வரும்
காதலும் கவிதையும் சேர்ந்தால்
புதுக் காவியமே புனைய வரும்

காதலையும் கவிதையையும் அழகுபடச் சொல்லாடுகிறார். இரண்டிலும் உள்ள சாராம்சம், மனித அழகின் சூச்சுமம் அருள்ஜோதிக்கு இரண்டின் உச்சம் சென்று தொட்டு வரத்தெரிகிறது. நல்ல கவிஞர் என்பவர், அழகின் கரையோரம் நீந்துபவர் அல்லர், உள்ளே சென்று முக்குளித்து நீந்திவருபவர் அருள்ஜோதி அப்படிப்பட்டவர்தான்.

பூக்கள் உதிர்ந்து வணக்கம்
சொன்னது பூமிக்கு

ஐந்தே சொற்கள், இரண்டே வரிகள் ஒரு சிமிட்டலுடன் ஒரு நாகரிகத்தை - அழகுடன் காட்டி விடுகிறார், கவிஞர். வான் துளியின் பரிசம், கவிஞருக்கு ஒரு பரவசம். சொல்லுகிறார் இப்படி அமர்களமாய்:

முகத்தில் ஒரு துளி தொட்டது
மலர்ந்து பூரித்தேன்
உதட்டில் ஒரு துளி
நாவால் வருடினேன்
கண் இமைப்பில் ஒரு துளி
வழிய மறுத்தது
காற்றின் ஸ்பரிசத்தில் காய்ந்தது !
வான் நோக்கினேன்
மூக்கில் ஒரு துளி
சுவாசத்தில் காணாமல் போனது
தலை உச்சியில் ஒரு துளி
உள்ளம் சிலிர்த்தேன்
மார்பில் ஒரு துளி
கையால் தழுவினேன்
தோளில் ஒரு துளி
கன்னத்தோடு தோள் உயர்த்தி
தேய்த்துக் கொண்டேன்

அருள்ஜோதியின் அழகான கவிதைகளில், ஒன்று இது, உள்ளம் கவிதையால் நிரம்பிக்கிடக்கும் போதுதான் இது சாத்தியம். கவிஞரிடம் கவிதை சாத்தியமாகின்றபோது இதெல்லாம் இயல்பாகிவிடுகிறது.

அருள்ஜோதிக்கு கவியுள்ளம் இருக்கிறது. கவிஞராக இன்னும் பல சாதிக்க அவருக்கு வாய்ப்பு உண்டு. கவிதையெழுதுவது ஒருவகையில் எளிதாகத் தோன்றலாம்,

ஆனால் கவிஞராக இருந்து சாதிப்பது அப்படி ஒன்றும் பேசப்பட்டதல்ல, அருள்ஜோதிக்கு இந்த வல்லமை இருக்கிறது. இன்னும் அவர் சாதிக்க வாய்ப்பும் இருக்கிறது. இன்னும் மேலே மேலே இறகு விரித்து பறக்க அவரிடம் உந்துதல் இருக்கிறது.

தன்னை தன்னுடைய ஆளுமையை இந்தக்கவிதா தேவிக்கு அவர் அர்பணித்திருக்கிறார். அர்பணம், சத்தியம், அர்பணம் அவருக்குச் சாத்தியம்.

பொருளடக்கம்

கவிதைகள்

1. தேவா என்னை உருவாக்குமே

உருவாக்குமே என்னை உருவாக்குமே - உன்
ஆணி பாய்ந்த கால்களால் கொஞ்சம் மிதித்து - என்
மீறுதல் களையுமே என்னை உருவாக்குமே
காயப்பட்ட கரத்திற்குள் அழுந்திப்பிசையாது - மெல்லப்
பிசைந்து என்குறைகளைக் களையுமே என்னை உருவாக்குமே
சிரசில் வழியும் குருதிவியர்வையும் - என்
தாகம் தீர்க்க என்னை உருவாக்குமே - என்தேவா
பயன்படும் நற்பாத்திரமாய் வனைந்து உருவாக்குமே
மண்ணான நானும் மன்னவனைக் கேட்பது
முறையல்லவே நானும் - உன்
பிள்ளை என்றீரே உருவாக்குமே
உதைக்கின்றீரே குறைகளைக்களைகின்றீரே
பாவம் நீக்கி சாபங்கள்போக்கி நீர் - நினையும்
பாத்திரமாய் நின்கரத்தால் என்னை உருவாக்குமே - தேவா

2. பெண்மை

இறைவன் படைத்த சிருஷ்டிப்பின் அற்புதமே !
உள்ளங்களைக் கொள்ளைகொள்ளும் தந்திரமே !
சாதித்து சரித்திரம் படைக்கத்துணிந்த தூரிகையே!
மென்மை, இனிமை, அன்பு, அழகெனும் வசீகரமே !
அகத்தில் அடக்கிய உணர்வைக் கண்ணீரில்
வெளிப்படுத்தும் விசித்திரமே !
இமயத்தின் உச்சிக்கே சென்றாலும்
உள் உணர்வின் வித்தான
அச்சம் மடம் நாணம் பயிர்ப்பெனும்
பண்பு மீளாவரை பேசப்படும் பெண்மை !
பெருக்கத்திற்கோ பெருமைக்கோ
பெண்ணானாய் நீ அதிசயமே !
நானிநிலம் போற்றும் நங்கையருக்கெல்லாம்
நன்நாளாம் இந்நாள் வாழ்த்துக்களுடன் என்றும் !

3. கடல் வானம்

தொட்டுப் பழகாத் தெய்வீக காதலர்கள் !
மழைத் துளியைத் தூதனுப்பும் புதுமைக் காதலர்கள் !
கல் தோன்றி மண்தோன்றா யுகம் கடந்த காதலர்கள் !
மணம் கொள்ள நாளும் மலரும் நல்ல காதலர்கள் !
நீயும் நானும் வாழும் காலம் வரைஅல்ல இவர்கள் காதல்!
ஆண்டாண்டாய் வாழும் அற்புதக்காதலர்கள் !

4. நான்

மலர்ச்சி தரும் வண்ணமலரல்ல - நான்
கள்ளமில்லா கவிமிகு முல்லையல்ல - நான்
மணம் வீசும் மல்லிகையல்ல - நான்
இறைவன் சூடும் இன்பத்துழாய்யல்ல - நான்
காட்டில் களித்திருக்கும் சிறு கள்ளிமலர் - நான்
வாசமில்லா வாடாமலர் - நான்
சூடவியலா வாழை பூ - நான்
பூசைக்குதவாத தாழம் பூ - நான்
வெட்டவெளியில் விளைந்த எருக்கலம் - நான்
தசையும் நரம்பும் இரத்தமும் தோலும் கொண்ட
உயிர் மலர் - நான் !

5. இயற்கை

மலையோடு உறவாடி - மழை
குழவியை பெற்றுத்தந்தாள் - அவள்
வடித்த கண்ணீரில்
பூத்திட்ட நிலமகள்
புன்னகையில் பூரித்தாள் !
மண்ணோடு உறவாடி
புல்லோடு பூண்டுகளையும்
நெல் மணிகளையும் பெற்றெடுத்தாள் !
விண்ணும் மண்ணும் கொண்ட உறவால்
உலக உயிர்களும் மனித
மனங்களும் மகிழ்ந்தது !

6. மாதவம் செய்திட வேண்டும்.

கொடுமைகள் எதிர்த்திட
சகிப்பைச் சிந்தையிலே வைத்திட
பொறுமையைப் பொக்கிசமாய்க் காத்திட
பெண் குழவியாய், குமரியாய்
தாயாய் தமக்கையாய் தாரமாய்
உலகில் உருப் பெற்றிட
புரட்சியாய் புதுமையாய்
எதையும் தாங்கும் வலிமை
பெற்று வாழ நிச்சயம் மாதவம்
செய்திட வேண்டும் !

7. அரசுத் தொட்டியில் கிடத்திய ஒரு தாயின் தவிப்பு

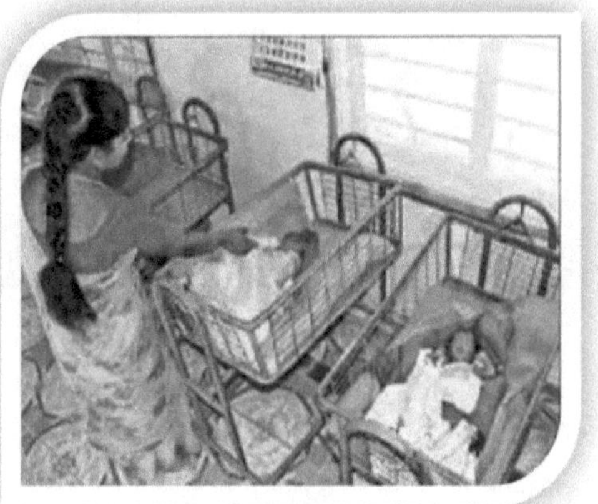

பாலுட்ட நினைக்கிறாள் !

மற்றவர்கள் பார்த்துவிடுவார்களே எனப் பதைக்கிறாள் !

சீராட்ட நினைக்கிறாள் !

இந்த ஊர்சிரித்து விடுமே எனச் சிந்திக்கிறாள் !

தாலாட்ட நினைக்கிறாள் !

ஊர் தள்ளி வைத்து விடுமே எனத் தத்தவிக்கிறாள் !

வாழவைத்து விடுவோம் என்றாலோ

வழிதவறிப்பிறந்துவிட்டானே !

ஒருமுழக்கயிற்றில் சுருக்கிக்கொண்டாள் - தன்

உடலை இந்த மண்ணுக்குள் !

8. புன்னகை

இதழ்கள் இரண்டும்

இணைந்து எழுதும் - புதுக்கவிதை !

9. மலர்கள்

விழித்திருக்கும் ஊமையின் பேச்சோ

இதழ்களில் - இவைகளின்

பறிமான பரிபாஷைகளோ மலர்ச்சியில் !

10. நெல்

மேகம் வடித்த

கண்ணீரில் விளைந்த

முத்துக்கள் !

11.இதயம்

இறைவன் படைத்த

உன்னதக்கோவில் !

12. அலிகள்

இரு இனத்தில் தனி இனம்

பலருக்குப் புதுமுகம்

அரிக்கு மட்டும் அறிமுகம் !

13. காதல்

ஏடு இன்றி

எழுத்தாணி இன்றி - விழியால்

எழுதிய கவிதை !

14. புரட்சியாளன்

வாழும்போது மறுதலிக்கப்பட்டான்

மறைந்த பின்போ வாழ்கிறான்

அவன் செயல்களால் !

15. கனாகாதல்

சத்தமில்லா

யாரும் அறியவியலா

மொழி அறியா

இன்பமறியா மதமறியா மனித

மனம் எழுதிய காதல் !

16. நம்பிக்கை

மண்ணின் ஈரவாசத்தில்
முட்டி முளைத்துத் விட
துடிக்கிறது - என்றோ விழுந்த வித்து
மனமே சோர்ந்து விடாதே
நிலம் பிளந்து காய்ந்து கிடக்கும்
நீர் நிலையைப்பார் !
மழைத்துளிகளால் நீர் பெருகியதும்
மீன்களும் பூக்களும் இலைகளும்
பூச்சிகளும் நிரம்புகிறது பார் !
பார்க்காத முகங்கள் பார்க்கத் தூண்டும்
அதிசயம் பார் !
வீழ்ந்தாய் என எண்ணாதே
விழுந்தாய் என எண்ணிப்பார் !
காலம் வரும் காத்திரு
துளிர்த்து நிமிர்ந்து விருச்சமாவதைப் பார்த்திடு !

17. சின்ன ஆசை

சிகரத்தின் விளிம்பிலே
நடைபயில !
அலைகடலிலே
படுத்துறங்க !
நதியின் தொடக்கம் முதல்
முடியும் வரை
பறந்து செல்ல !
வெண்ணிலவை உள்ளங்கையில்
அள்ளி முத்தமிட !
நட்சத்திரங்களைப் பறித்துத்
தொடுத்து சூடிக்கொள்ள !
மேக வாகனத்தில் - ஊர்ந்து
உலகத்தையே வலம்வர !

18. விழி எழுதிய காதல்

இரு விழிகள்
எய்திய பகழியாய்
அரும்பிய புதுக்காதல் !
விழி பேசும் சமிக்ஞை
மொழியே காதல் !
விழியின் திறப்பிலும்
விழியின் இமைப்பிலும்
ஆத்தங்கள் ஓராயிரம்

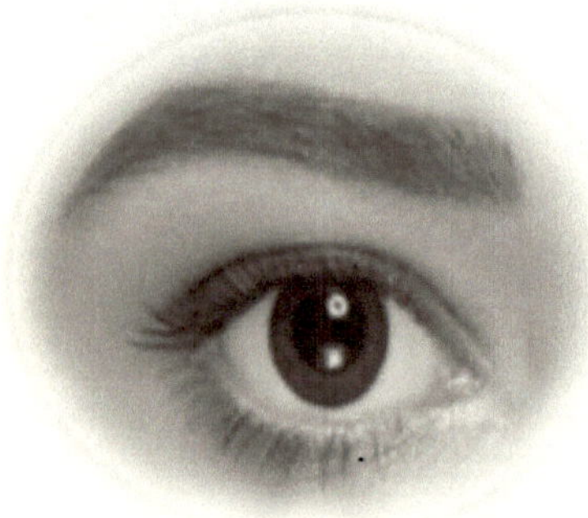

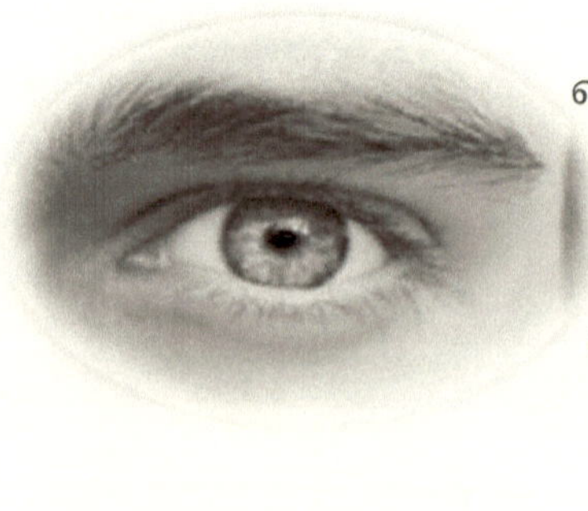

விழி எறிந்து எழுந்தவரும்முண்டு
விழி எறிந்து வீழ்ந்தவரும்முண்டு
விழிக்குள் தான் எத்தனை
மந்திரமங்கள் !

19. முயற்சித்துப்பார்

காதலித்துப்பார்

கவிதைகளும் பொக்கிசமாகும் !

சிந்தித்துப்பார்

சிந்தனைகளும் பொன்மொழிகளாகும்!

வாழ்வின் பொருளைத் தேடிப்பார்

உலகம் வெறுமையாகும் !

முயற்சித்துப்பார்

முதலீடே மூலதனமாகும் !

தனிமையில் நின்று பார்

உறவின் பலம் தெரியும்!

20. குழந்தை

பூவிலே உன் முகத்தை

கண்டேன் - உன்

செவ்விதழிலே - முத்துச்

சிரிப்பைக்கண்டேன் !

21. நிலா தூது

வெண்ணிலவே வெண்ணிலவே

தூதுசொல்வாயோ !

நேற்று வரை காத்திருந்த

செய்தி சொல்லாயோ !

பூக்கள் எல்லாம் பூத்திருக்க

பூ மகளும் பூரிக்க தூதுசொல்வாயோ!

கால மகள் வந்தாள்

கன்னி மகள் கடன்களிக்க !

தூது சொல்வாய் வெண்ணிலவே

ஏழை சொல்லும் சொல்லை - நீ

சொல்லி வருவாய் வெண்ணிலவே !

22. நட்சத்திரம்

மஞ்சள் மலரே

பூமிக்கு வாராத

வெள்ளி மலரே

எட்டாத தூரத்திலே பூத்த

விண்மலரே !

23. உறவுகள்

இதயம் வானமானால்

அதில் தோன்றி மறையும்

விண்மீன்கள் !

24. மேகம்

மலையோடு உறவாடி
மழைபெய்தாய் !
மலையோடு ஊடல்
கொண்டு
கடல் அன்னையை
அடைந்தாய் !

25. இலக்கியம்

தோகையே உன்னை
உள்ளத்தில் தொக்கவைத்தேன் !
உன் சிறப்பை எழுதிய
கைகளும் சிவந்து போயின !
முடிவில்லா இளமையோடு
அன்றும் இன்றும்
என்றும் வாழ்வாய் !
செம்பஞ்சு குழைக்காமல்
சிறு இறகில் தொய்க்காமல்
மைதோய்த்தே எழுதிவிட்டேன்
நான்அல்ல சங்கத் தலைவி !

தொல்காப்பியன் சொல்லி வைத்தான்
ஓதற்பிரிவு தலைவனுக்கே!
இன்று இலக்கணமும் இடம் மாறியதே!

26. மொட்டின்முணுமுணுப்பு

அழகில்லாத அரும்பு - நான்
மலரத் துடிக்கும் மொட்டு - நான்
வண்டுகூட எட்டிப்பார்த்ததில்லை !
வசந்தத்தைத் தேடி
மலரத்துடிக்கிறேன் !
சூடிக்கொள்ளும் பூவாய்
இருப்பதைவிட !
மணம்வீசும் மாலையாய்
இருப்பதைவிட !
படைத்தவன்
பாதத்தில் இருப்பதையே
விரும்புகிறேன் !

27. இதயக்கோயில்

நீளம், அகலம், உயரம்
அறியா - ஒருவர் மட்டுமே
மகிழ்ந்து உணரும் உன்னதமானது !
பூட்டுவதும் திறப்பதும்
ஒருவர் மட்டுமே !
உணர்வு உள்ளவரை
ஒளிர்ந்து கொண்டே இருக்கும் !
இறைவன் படைத்த உன்னதக்கோயில் !

28. மிதியடி

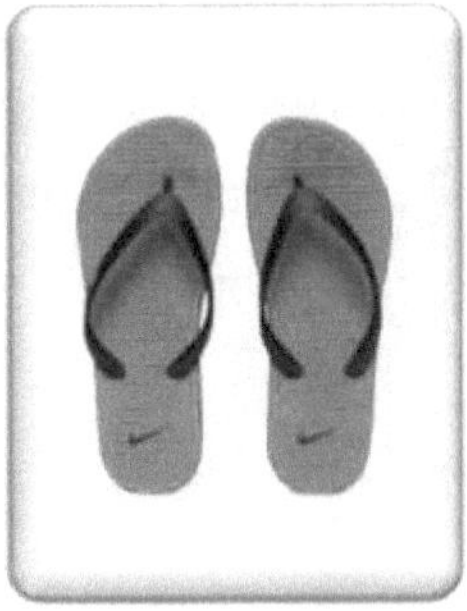

பாத சுமைதாங்கியே
படிக்கட்டின் விருந்தாளியே - நீ
புதுமையிலே
சிம்மாசனம் - உனக்கு
கல்யாண வீடுகளின்
வரவேற்பில் மகிழ்கிறாய் - நீ
புல்லின் மீது நடக்கையிலே
சிலிர்த்து போகிறாய் - நீ
தண்ணிரில் நடக்கையிலே
குளிர்த்துக்கொள்கிறாய் - நீ
பாதங்கள் சூடும் போது
புதிதாய் சிரித்துக்கொள்கிறாய் - நீ
வீண் என விட்டெறிகையிலே
புலம்பித் தவிக்கிறாய் !

29. காதலும் கவிதையும்

மனம் நொந்த போது
வெளி வந்தது - காதல்
உடல் சோர்ந்த போது
உணர்வில் உதித்தது - கவிதை

கண்கள் இரண்டும் சங்கமித்த போது
பிறந்தது - காதல்
பிரிவின் பரிதவிப்பில்
பிறந்தது - கவிதை
வாழ்க்கை தொடங்கும் முன்
வந்தது - காதல்
வாழக்கை தொடர்ந்த போது
வந்தது - கவிதை
இயற்கையைக் கண்டபோது
வந்தது - காதல்
படைப்பின் வியப்பை
நினைந்த போது
வந்தது - கவிதை
உதட்டில் வெடிப்பில்
பிறந்தது - காதல்
உணர்வின் துடிப்பில்
பிறந்தது - கவிதை
மௌனத்தில் போராடும் - காதல்
மொழியில் போராடும் - கவிதை
கலையின் அசைவில் - காதல் வரும்
கலையின் ரசிப்பில் - கவிதை வரும்
காதலும் கவிதையும் சேர்ந்தால்
புதுக் காவியமே புனைய வரும் !

30. மண் போற்றும் மகளிர்

உறுப்புகளை உருவங்களாக்கி
மகிழ்விக்கும் பொம்மைகள் - அல்ல
சமுதாயத்தின் ஆணிவேர் !
வாழ்க்கைச் சக்கரத்தின் அச்சாணி !
ஆணுக்கு இளைத்தவள் இல்லை
ஆதிக்கத்தின் நாயகி !
முண்டாசு கவிஞனின் கற்பனையில்
உதித்திட்டவள் !
தியாகத்தின் சிகரம் !
கடமையின் உறைவிடம் !
பொறுமையின் இருப்பிடம் !
அன்பின் பிறப்பிடம் !
துணிவின் ஊன்று கோல்
விண்வெளியில் ஊர்ந்து
உள்ளத்து உணர்வில்
உயர்ந்திட்டவள் !

31. புரட்சி வித்து

விதைத்தவன் உறங்கினாலும்
மண்ணில் விழுந்த வீரிய விதை
உறங்குவதில்லை !
மண்ணில் தன்னை
மறைத்தே விழித்திருக்கும்
வான் நோக்கி !
விண் துளி விழுந்ததும்
முட்டி முளைத்தெழத்துடித்தே
ஒன்றல்ல நூறாயிரமாய் பெருகும்
உயிரின் ஊக்கத்துடனே
பூமியிலே புரட்சி வீரியமாய்
வளர்ந்து பலன் கொடுக்கும் !

32. கரோனா

இயற்கயை செயற்கையாய்
மாற்றத்துடித்து இறுமாப்பு கொண்டவர்கள் !
விடிவிப்பார் யாளேரன
கரமேந்த வைத்தது !
சிருஷ்டிகரை மறந்து
சிருஷ்டிப்பை வணங்கிய - நம்மை
சீரழித்தது !
தேசத்தை சூதாட்டக்
களமெனக் கொண்டவர்
இன்று நடக்கும் சூட்சுமம்
அறியாது
திகைக்கவைத்தது !
தேசம் விட்டுத் தேசம்
கடந்தவரை
தேசம் தேடிக் கூடிக்
குடியேறியது !
மனிதம் மறந்த மனிதனுக்கு
இயற்கை நேயத்தை நினைப்பூட்டியது !
உறங்கா நகரம்
ஊரடங்கில் உறங்கிப்போனது !
தூய்மை பாரதம்
கனவு நினைவானது !
அசுத்தங்கள் பல பரிசுத்தமானது !
மக்கள் தொண்டே மகேசன் தொண்டு
இரண்டையும் மறந்ததாலே
இரவு பகல் பாராது இரக்கமாய் பார்த்து
கரோனாவிற்குத் தொண்டு செய்யுலகு !

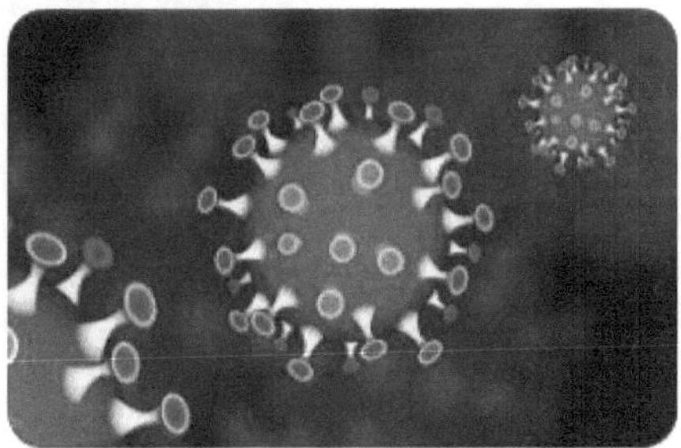

33. மொட்டு

கண்ணைக் கவர்ந்து
நெஞ்சோடு நிறைந்தாய் !
காதலிக்கு மலராவாயோ - நீ
கருத்திற்கு விருந்தாவாயோ !
திருமணத்திற்கு மாலையாவாயோ !
நின் கொடிக்கு அழகாவாயோ !
ஆதவனைக் கண்டபின் கண் விழிப்பாயோ !

34. பனிஎழுச்சி

பனிப் போர்வையை விலக்கிடு
கண்ணைக் கொஞ்சம் திறந்திடு
கதிரவன் தீண்டுவதை உணர்ந்திடு
வெண் போர்வையாலே
மாஇனமும் புள்ளினமும்
புலம்புது பார்!
தாமரையும் கதிரோனைக்காணாதே
மயங்குது பார்!
மனித இனமும் செய்வதறியாது
திகைக்குது பார் !
விரசாய் எழுந்திடு - உன்
வரவிற்காய் இவ் உலகு
காத்துக்கிடக்குது பார் !

35. அழகு

புல்லின் நுனியில்
மண்ணின் மடிப்பில்
கண்ணின் இமைப்பில்
விளக்கின் சுடர் ஒளியில்
ஓடையின் நடையில்
இசையின் ஓசையில்
புல்லின் மென்மையில்
சிகையின் நரையில்
பொய் கற்பனையில்
வான் தூரலில்
கீழ்வானின் உதயத்தில்
நிலவின் ஒளியில்
காற்றின் குளிர்ச்சியில்
முல்லையின் சிரிப்பில்
மனிதனின் உறவில்
ஆடையின் வண்ண வடிவில்
மழலையின் சிரிப்பில்
தாயின் அணைப்பில்
காற்றின் இசையில்
முருகு என்னும் சொல்லில்
முளைத்தெழும் துளிரில்
மேகம் போர்த்திய மலையில்
நளினம் பயிலும் நதியில்
புதுமையில் புரட்சியில்
கொட்டிக்கிடக்கிறது.

36. விந்தை உலகம்

நடக்கும் நளினத்தை
எங்கு கற்றாய் நதியே !
கண்ணறியாது கூந்தலை
வருடும் விந்தையை
எங்கு கற்றாய் தென்றலே !
பூமியின் குமுறலுக்கு
சாந்தி கொடுக்கும் சமாதானத்தை!

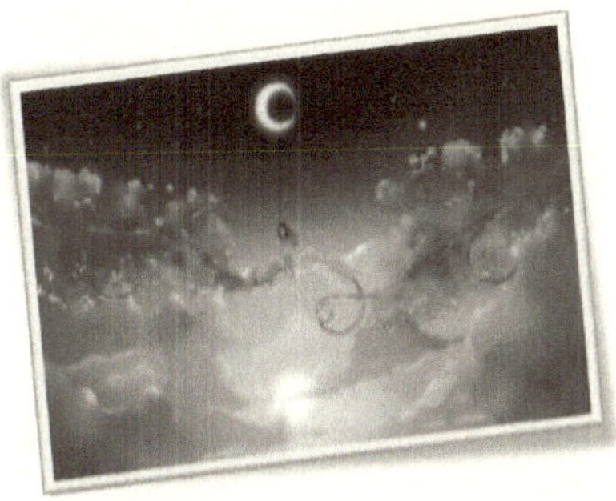

எங்கு கற்றாய் மழையே !
தேடி வந்தோரை மகிழச்செய்து
கரை மட்டும் தொட்டு செல்லும்
எல்லை தாண்டாக் கடலே !

சூரிய ஒளி பகலாய் இரவு ஒளி நிலவாய்
வந்து போவது
தேவக் கட்டளையோ - அல்ல
உலகம் காட்டும் மாயஜால
விந்தையோ !

37. இதயம்

எலும்புத் திரைக்குள்
சிக்கிய - உன்னை
ஆழம் அகலம் நீளம் அறியாது
கையளவு இதயம் என்பது சரியா?
நாளும் சங்கடம் சஞ்சலம்
கலந்த கலவை சூழ
சுமைகளை மட்டும் தாங்கும்
சுமைதாங்கியாய் - நீ
உயிர் உடலை விட்டுப் பிரியும் வரை
போராடும் போராளியாய் - நீ
ஒரு நொடி கூட ஓய்வில்லா இதயம் உனக்கு
இணை உலகில் இல்லை !

38. விண்மீண்கள்

நிலவுப் பெண்ணுக்குத் தந்தை
கொடுத்த தாதையர்கள் !

39. அந்தி வான்

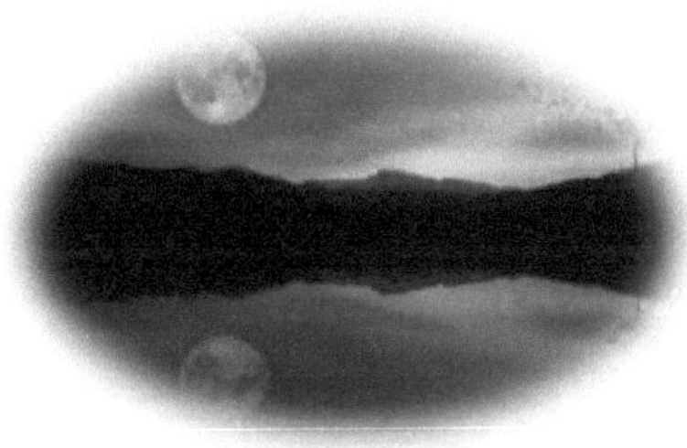

வண்ணத் திரைச்
சீலையைக்காட்டி
மயங்கச் செய்த
இளங்கன்னி !
எழிலரசி வடிவழகி - என
ரசிக்கையிலே கண்ணாமூச்சாடும்
மாயக் கன்னி !
நீல ஆடையைக்காட்டி
கருங்கூந்தலை காற்றில்
பறக்கவிட்டு காதலரைப்
பாடச்சொல்லும் கனவின் கன்னி !
மலரின் மணமும்
தென்றலின் தீண்டலும்
நிலவின் ஒளியில்
பருவம் உணர்ந்து பாடச்செய்யும்
பருவக்கன்னி இவள் !

40. அல்லியும் தாமரையும்

கதிரோனைக் கண்டபின்
பொதிஅவிழ்த்துப் பூரிப்பாள் !
சந்திரனைக் கண்டபின்
இதழ் விரித்து மகிழ்வாள் !

41. கைக்கிளை

வயக்காட்டு ஓரத்திலே
வாடக்காத்து வீசயிலே
அன்னத்தின் நெனப்பு
அலையாய் வீசயிலே
நொந்து வருந்துறேன் !
சாமத்திலே வண்டி
கட்டிப் போகையிலே
வட்டநிலா நெனப்பு
வந்து போகுது
குளித்து முழுகி உடுத்திக்கிட்டு
கஞ்சி அள்ளி பருக்கைஎல்லாம்
பாவை முகம் தெரியுது
தொண்டையிலே எறங்கலையே !
கண்டாங்கி சேலைக்காரி
காணக் கண் தவிக்குது !
மறக்க மனம் கூடலையே
விதியும் நம்மை கூட்டலயே
சொல்லி விட நாதியில்லே
சொர்ணமே என்ன செய்ய !

42. நட்பு

அன்பென்னும் பொக்கிசத்தில்
அரும்பிய மலர் - நீ
நித்தமும் மகிழ்ச்சியாய்
மணம் வீச
புத்தம் புதுமலராய்
நினைவுகள் கடலலையாய்
சிந்திக்கையிலே சந்திக்க வேண்டும் !
நீ சிரிக்கையிலே ரசிக்கவேண்டும் !

43. அஞ்சல் தூது

அஞ்சல் பெட்டி
அன்பை இணைக்கும்
அன்னத்தூதோ !
நலம் விசாரிக்கும்
நாரையின் தூதோ !
பார்க்கத் துடிக்கும்
பாவைக்கு முகவுரை
புகைப்படமோ !
காற்றைத் தூது விடும்
காவியத் தலைவியோ
கற்பனையைத் தூதுவிடும்
காதல் தலைவியோ !
கிள்ளை இல்லை
சிறு சொல்லைச் சொல்ல
பணத்தை தூது விடும்
பாக்கியவதி இல்லை !
முத்தமிழில் ஒரு தமிழை அழைத்து
முகவுரையுடன் தூது விடுத்தேன் !

44. அலைக்கடலின் ஆவேசம்

சுவாசம் பலருக்கு சங்கீதமானது !
மனித மனதிற்கு கற்பனை
கனவு அமைதி இன்பம் மானது !
காற்றின் இசைக்கு ஏற்ப
நடந்த நடை நளினமாது !
சோர்வறியாது - என் வாழ்வின்
புனிதம் கெடுத்த மனிதனாலே மாசானேன் !
அன்னை தாய் தெய்வமாய்
உயர்த்திய மாமனிதாரலே பாழானேன் !
ஆழ்கடலின் முத்துக்களையும்
சிப்பிகளையும் கரைசேர்த்தும்
நண்டுகளோடும் மீன்களோடும் விளையாடும்
ஆனந்த விளையாட்டைத்தொலைத்தேன் !
படைத்தவன் கொடுத்த என்
சுதந்திரம் பறிபோனது பொறுத்தேன் !
முடியவில்லை பொங்கினேன் !
உலகமே என்னைக்கண்டு
பயந்து புலம்பியது - சுனாமி !

45. ஒரு தலைக்காதல்

வெள்ளைத் தாளில்
காதல் கொள்ளும்
காகிதக்காதலர்கள் !
கண்மூடிக் கனவில் வாழும்
கற்பனைக் காதலர்கள் !
உள்ளம் புரிந்து உலகம் புரியா
புதுமைக் காதலர்கள்
அடையாளம் அறிய வில்லை
ஆன்மாவின் ஆழத்தில்

நினைவலைகள் இல்லாமலில்லை !
காணாத காதலுக்கு
கண்கள் ஆயிரம்
பேசாத காதலுக்கு
மொழிகள் ஏராளம் !
காதல் கொண்ட மனம்
பிதற்றும் புதுக்கவிதையென
காவியமும் படைக்கும் !

46. திருமண வாழ்த்து

தேனுள் சுவையாய்
சுடரின் ஒளியாய்
அன்பின் ஆழமாய்
புத்தம் புதுமலராய்
காலங் காலமாய்க் கலந்திடுவாய் !
இடையிலே வந்தாய்
இறுதிவரை தொடர்வாய்
அகவை பல கடந்து
ஆனந்தமாய் வாழ்வாங்கு
வாழ வாழ்த்துங்கள் !

47. ஒன்றிணைவோம்

சாதி, சமய, மொழி இல்லா
இந்தியன் என்னும் உணர்வைக் காண்போம் !
கட்சி, கொடி, சங்கமில்லா
சமூகம் காண்போம் !
நாடு, நகரம், கிராமம் இல்லா
மனித நேயம் படைப்போம் !
கடவுள் வேறு கருத்து வேறு இல்லா
ஒளியான ஒருவனே தேவன் என்போம் !
உயர்வு, தாழ்வு இல்லாது
உழைத்து வாழ்வோம் !
தேசிய விழாவை மட்டும்
கூடிக் கொண்டாடி மகிழ்வோம் !
வாழ்க்கைக்கல்வியும், அறிவும்
வரலாறு கூறும் தலைவர்களின்
அனுபவம் பெற்று வாழ்வோம் !

48. பெண்கள் மேம்பாட்டுத்திட்டம்

கவலைப்படாதே அக்கா! கவலைப்படாதே !
சுயவுதவிக் குழுஇருக்கு வருத்தப்படாதே !
வசதியில்லை வருமானமில்லை
ஏங்கி நிக்காதே !
வாழ வழிசெய்து வருவாய்
பெருக்கிட உதவிடுவாங்க
பயந்திடாதே !
பிள்ளையிருக்கு குட்டியிருக்கு என்றிடாதே !
கல்விக்குத்தான் கடன் கொடுத்து
கல்யாணத்தையும் நடத்திடுவாங்க
கலங்கிடாதே !
சிறு தொழிலைக்கற்றுக் கொள்
சிறுமையில்லை ஒத்துக்கொள்
பெண் என்று அடங்கி அடிமைப் படாதே !
அரசு போட்ட திட்டமிருக்கு
மறந்து விடாதே !
இல்லை என்று எண்ணாதே !
நம்பிக்கையே மூலதனம்
சோம்பிவிடாதே !
உழைத்து வாழப் பழகிக் கொள்
உயர்ந்த பின் பிறர் வாழ
உதவி செய்ய மறந்து விடாதே !

49. அகவிளக்கு

இதயத்தை அகலாக்கி
குருதியை நெய்யாக்கி
நரம்பைத் திரியாக்கி
சிந்தையைச் சுடராக்கி
அகத்திலே ஏற்றிய திருவிளக்கு !

50. தமிழுக்கு வரவேற்பு

அழகாய் அரும்பியஉயிரே
இயல் இசை நாடகமே
அவனிக்காய் வளர்ந்தாய் !
முக்கனியே கற்கண்டே
தெவிட்டாத அமிர்தமே
ஐம்புலனும் அழகுருவாய்
நூறுவண்ணமாய்
நின் திருவடி தாங்க அரவிந்தம்
ஏந்துவேன் !
சிரசினை யாரும் தீண்டாது
நான் மட்டும் அணிவிப்பேன் புகழாரம் !
சிலம்பு மேகலை சிந்தாமணி
வளையாபதி குண்டலகேசி
சூட்டி மகிழ்வேன் !
மாமாங்கமாடி தேவாரம் திருவாசகம் பாடி
திவ்விய பிரபந்தம் ஓதி
மகிழ்விப்பேன் உன்னை !
தமிழரசி திருமகள் நிலமகள்
கலைமகள் செல்வமகள் - என
திருநாமம் சூட்டி அழைப்பேன் !
சீர்இளமை குன்றாது
பார் மகிழ வருவாய் என் தமிழே !
உனக்கென தனி ஆசனம் அமைத்தேன் !
உலகு உள்ளவரை நின்
புகழ் நிலைத்திருக்கும் !

51. மலைநாடு

மூகடு சுமந்த
தேனடையில்
மழை சிந்தியதால்
சிதறிய துளிகள்
மலரில் விழுந்து
மலரின் தேனுடன் கலந்ததால்
மனதோடு பெருகிவழிய
தேனை உண்டு மயங்கிய வண்டு
படுக்கவா பறக்கவா வெனப் பதறி
பொய்கையின் பாசடையில் விழ
தாமரையிலை தாங்க
தள்ளாடி எழுந்து
நடனமிட்டது வண்டு
மலையரசன் வளத்தை
பாடவோ எழுதவோ?

52. பாரதி

தமிழன்னைக்கு இனியவன் !
பன்மொழி கற்ற பாவலன் !
தமிழினத்தின் நேசன் !
கண்ணன் ஒருவனையே
பல உறவாய் கொண்டவன்
பாரதி மனையில்
செல்லம்மா - அவன்
கனவில் கண்ணம்மா
மறைந்தாலும் - உன்
மாண்புகள் மாய்வதில்லை !
தலைமுறை பல கடந்தாலும்
புதுக்கவிதையின் வித்து நீ !
உழவனின் ஏர்போல்
எதிர்காலத்தை நோக்கி
பயணித்தவன் !
கவியின் கனவும் கற்பனையும்
உயிர் பெற்று உருபெற்று
வாழ்கிறது விஞ்ஞானமாய் !
புதுக்கவி உலகிற்குகே கதி பாரதீ !

53. இறையோடு இணையும் இயற்கை

மலை காடு நோக்கி நடந்தேன் !
சாரல் மழையும் மண் மலரும் வாசமும்
ஈர்த்ததால் உள்ளே நுழைந்தேன் !
பாதையில்லை பதம் பார்த்து கால்பதித்தேன் !
ஓடையின் ஓசையால் ஓடினேன் !
ஆர்பரித்து கரைபுடைத்துக் கலங்கி
பெருக்கெடுத்து ஓடியதைக்கண்டு அயர்ந்தேன் !
எவ்விடம் போகிறது என அறிய துணிந்தேன் !
ஜீவ நதி நோக்கி வேகம் அடக்கி ஓசைஅடக்கி
தெளிந்து குளிர்ந்து சாந்தமாய் - தன்னை
இணைத்துக்கொண்டது ஜீவத் தண்ணீரோடு
உணர்வில் உணர்ந்து வியர்ந்தேன் !
இதயம் தெளிந்து மனம் குளிர்ந்து
அன்பு அருள் அமைதி இரக்கம் பெற்று
தாழ்ந்து பணிந்து ஜீவன் பரமனுடன்
இணையும் தத்துவம் எண்ணி வியந்தேன் !

54. உயிரும் உடலும்

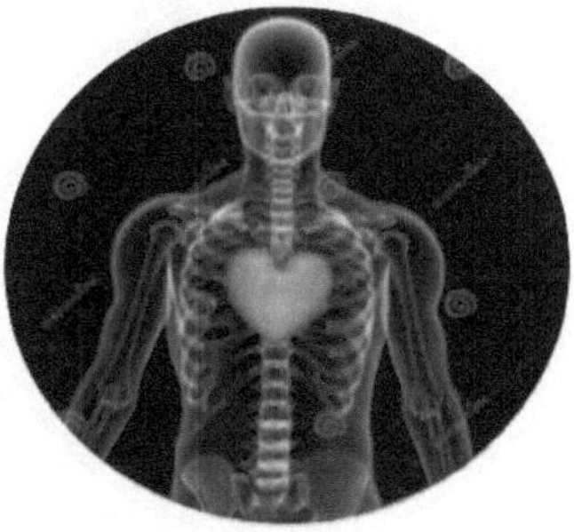

உயிர் என்னைச் சுமக்க - நான்
உயிரைச் சுமந்தேன் !
உயிர் நினைப்பதை - நான்
செய்தேன் - நான் செய்வதையே
உயிர் செய்கிறது !
இரு வரும் இணைந்தே
வாழ்கிறோம் !
விட்டுப் பிரிந்தது உயிர் - நான்
நியாயமா? என்றேன் !
உயிர் சொன்னது இறைவன்
கூடு கொடுத்து போ என்றான் தங்கியிருந்தேன் !
வாவென்றான் கடந்து சென்றேன் கடமை என்றது !
கூடு மண்ணில் புரண்டது
வாழ்ந்தாலும் மாண்டாலும்
மண்ணிற்கே உரியதென அறிந்து !
உலகே உயிரும் உடலுமென
நிலவும் வானுமாய் பூவும் நாருமாய்
மலரும் மணமுமாய் நகமும் சதையுமாய்
வாழ்கவென வாழ்த்தாதீர் !
உற்று நோக்கு மனிதா
ஒன்றுடன்ஒன்று இணையவில்லை
இணைந்தே இருப்பது போன்ற
மாயை எல்லாம் மாயை மறவாதே !

55. காற்று

முலை மூகடு கடந்து
மூங்கில் காட்டில் நுழைந்து
மெல்லிசை பரப்பி
ஆறுகளுடே நடைபழகி
நிலப்பரப்பை கடந் தெழும்பி
மலரத்துடிக்கும் மொட்டுக்களை உரச
மலர்ந்த மலர்களின் மணத்தை தூது விட
வண்டுகள் தென்றலோடு ஆரவாரம் செய்ய
நெல் வயலில் பாய்ந்து சிலிர்க்க தழுவிச் சென்றது !
தூளியில் தூங்கும் குழந்தையின் தலையைக்கோதி
பருவ மங்கையின் முந்தானையை முத்தமிட்டு
ஆழி ஆவேசத்தில் ஆடிக் கடந்தது !
நா நிலத்தில் கால்பதித்துச் சோர்ந்து
பாலையில் படுத்தது காற்று
சிருஷ்டிகனின் கட்டளை ஏற்றே
சிருஷ்டிப்பும் இயங்கியது பார் !
இயற்கையும் கட்டுப்பாட்டில் இருக்க
மனிதா நீ மட்டும் மாறலாமா? மறக்கலாமா?

56. வான் துளியின் பரிசம்

முகத்தில் ஒருதுளி தொட்டது
மலர்ந்து பூரித்தேன் !
உதட்டில் ஒருதுளி
நாவால் வருடினேன் !
கண் இமைப்பில் ஒருதுளி
வழிய மறுதத்து
காற்றின் ஸ்பரிசத்தில் காய்ந்தது !
வான் நோக்கினேன்
மூக்கில் ஒருதுளி
சுவாசத்தில் காணாமல் போனது !
தலை உச்சியில் ஒருதுளி
உள்ளம் சிலிர்த்தேன் !
மார்பில் ஒருதுளி
கையால் தழுவினேன் !
தோளில் ஒருதுளி
கன்னத்தோடு தோள்உயர்த்தி
தேய்த்துக்கொண்டேன் !
மண்மீது பல துளிகள்
பூமித்தாயின் மார்பினை நனைக்கவே

பால் சுவைத்த குழந்தையாய்
பூரித்து முகம் காட்டின புட்கள் !
வானவன் அருள்சுரந்த
அமுதினைப் பருகிய அனைத்துயிரும்
நன்றி சொல்லி நின்றது புவியில் !

57. புலரும் பொழுது

தடுப்பணையின் தண்ணீரில்
வான் பார்த்து மலரத்துடிக்கும்
மொட்டின் அச்சம் !
பச்சிலைகளுக்கு மத்தியில்
கழுத்து நீண்டு காத்திருப்பது
நாகமோ நாரையோ !
மொட்டு கண்திறந்து
உலகம் பார்க்க
தவிக்கும் தவிப்பை
புலப்படுத்தவியலாத பூ !
புலரும் பொழுதில்
புள்ளினமும் மாவினமும் பாடும்

பூ பால இனிமை
கதிரொளியின் கணப்பொழுது
உலகம் மிளிருகிற ஒளிவண்ணம்
காணக்கண்கள்ஆயிரம் வேண்டும் !
புள்ளின் ஓசையும்
மாவினத்தின் சப்தமெல்லாம்
படைத்தவணை வணங்கி
வாழ்த்தும் வாழ்த்துக்களாம் !
கேட்பவர் காண்பவர்
மனம் மகிழும்
ஆயுள் பொருகும் !

58. இறுதியுகம்

எழு விரைந்து எழு
காலங்கள் குறைகின்றன
காக்கையும்,குருவியும்,கூகையும்
கூவி அழைப்பதைக்கேள் !
வானச் சூரியன் மறையுமுன்
நட்சத்திரப்பூ உதிருமுன்
பார்த்துக்கொள் !
காண அறியா எழிலை
கண்டுகொள் !
மிக்குரிய மேன்மையைப்

போற்றப் பழகிக்கொள்

பூமி அதிருமுன் !

கடலலையின் ஓசையை

இரசித்துவிடு வற்றிப்போகுமுன் !

பனிமலை உருகிப் பெருவெள்ளம்

வந்தழியு முன் ஒரு சலாம் சொல்லு !

நாடுகளுக்கிடையே நவ யுத்தங்கள்

தொடங்குமுன் உணர்வடையுங்கள் !

கண்களுக்கு புலப்படா

புலன்களுக்குள் கலந்து

உயிர்சிதைக்கும் மா யுத்தம்

தொடங்கிவிட்டது !

விரைந் தோடிக் குறைகிறது

காலங்கள் எழு !

மனிதம் தேட ஓடு நன்மைசெய்ய

மோகத்தையும், பாவத்தையும்

புதைத்துவிடு !

அவலச்சத்தம் கேட்குமுன்

முடிவில்லாதவனிடம் முறையிடு

மன்றாடு உய்ய வழிநாடு !

59. சேவை

பொது சேவை பொரும் சேவை
வாய்ப்பதில்லை யாவருக்கும்
மானிடம் குறித்த சிந்தை
மனிதனாக்கும் !
உயிர்களைக் குறித்த சிந்தை
தெய்வமாக்கும் !
ஊருக்கு உழைத்து வாழ்வோர்
சோர்ந்து போவதில்லை !
பிறர் வாழ வழிசெய்வோர்
சேவை ஒருநாளும் ஓய்வதில்லை !
சுய இச்சை தவிர்த்து
தனித்துவத்தில் தழைத்து வளர்ந்தவர்
மனித மனங்களில் என்றும்
மறக்கப்படுவதில்லை !
இறையருளும், அன்பும்,
இரக்கமும் பெற்று
மடிந்தாலும் மாண்டு போவதில்லை !
ஆண்டுகள் பல கடந்தும்
வாழ்வாங்கு வாழ்வார் !

௬0. தத்துவம்

உரு அறியாதவன்
உருவம் கொடுப்பதெப்படி ?
மனம் அறியாதவன்
மண்ணின் ஆழமறிவதெப்படி ?
புறவுலக ஒளியை அறிந்தவன்
அகத்தின் ஒளியை அறிவதெப்படி ?
பொய்யில் மெய் தேடும் மனிதா
மெய் உன்னுள் தேடுவது எப்படி ?

61. மாந்தரைத்தேடும் பூமித்தாய்

ஆழியின் அகோர பசியில்
ஆவலாய் உண்டதில்
சிந்திய மிச்சத்தில் எஞ்சியது !
மனித வாழ்வின் நினைவுகளை
சுமந்த தூண்களாய் நிற்கிறது !
கண்டகாட்சிகள் ஒன்றுமில்லை

மனித சத்தம் கேட்க வில்லை
மடி விரித்து காத்திருக்கிறது !
மனிதன் வருவானா
மனிதம் வருமோ ஏங்குகிறது !
காலைக் கதிரவன் முத்தமிடுவான்
மதியம் சுட்டெரித்து வருத்துவான்
மாலைத் தென்றலின் தீண்டல்
மதிஒளியில் மாந்தரை
நினைந்து மயங்கியது !
பெருமழையின் இறுக்கம்
அடர்பனியின் அழுத்தம்
படும் பாடும் அழும் அழுகையும்
யார் அறிவது !
மாந்தரின் சுவடுகளைத் தேடி
மடிவிரித்துக் காத்திருக்கிது
பூமித்தாய் !

62. பார்க்கிறது பார்

பிளந்து கூறாக்கி
நடுக்கத்தையும் கலக்கத்தையும்
நாளும் நாளும் கூட்டி
படைத்தவனைக் கோபமூட்டி
சாபமாய் பாவமாய் மோகமாய்
மண்ணில் மாண்டவர் கோடிகோடி!
புதைக்கப்பட்டு உரமானார்
எரிக்கப்பட்டு சாம்பலானார்
பயன் நிலம் பாழானது !
இரத்தத் கண்ணீரால்
வீரிய வித்துக்களாய் புதைந்தனர்
மா மனித பலர்
அழிவதற்கு அல்ல
பூமி புனிதமாவதற்கு !
வான பெருமழை அல்ல
தேவ அபிசேக மாமழை
பெய்யக் காத்திருக்கிறது
பூமி புனிதமாக !

63. பூ

வாங்கி வந்த பூந்தொட்டி
பசுமை மாறாநிறமாய்
மூன்று நாட்கள்
கனியாய் பழுத்து உதிர
தொட்டியை விட்டுச்
செடியைப் பிரித்தெடுத்து
மண்ணில் புதைத்துத்
தண்ணீர் தெளித்து
பார்த்து வளர்த்த நாளில்
முட்டிக்கொண்டு பச்சைத்துளிர் எட்டிப்பார்த்தது
எருவிட்டேன் தண்ணீர் வார்த்தேன்
இலைகள் பெருகிவளர்ந்து
கண்களைக் குளிர்வித்தது
மொட்டுகள் நிறைய வளர
நெருக்கமானோம் இருவரும்
பேசத் துவங்கினேன் அதுவும்
என்னுடன் பேசுவதாய் உணர்ந்து
மொட்டுகள் மலரும் பருவமானது
அருகே சென்று சொன்னேன்
நாளை மலராதே அடுத்த
நாள் மலர் என்றேன்
அப்படியே மலர்ந்தது முத்தமிட்டுப் பூரித்தேன்
மழைமேகம் பயமுறுத்த மொட்டுகள்
நீர் பட்டதும் சிலிர்த்து பூக்கள் மலர்ந்தது

பூ இதழில் வண்டு கிடப்பதைக்கண்டு
பூவின் கற்பை களவாடியதோ என
குச்சியால் குத்தினேன் வண்டு பறந்தது
கண்டு மகிழ்ந்தேன்
மாலை வேளை செடியின் அருகே சென்றேன்
இதழ்கள் உதிர்ந்து காம்பு வருந்திக் கிடக்க
பூக்கள் உதிர்ந்து மண்ணிற்கு அஞ்சலி செலுத்தியது
ஒரு செடிக்கே சோர்ந்தேன்
உழவனின் சோர்வு எவ்வளவு அறியோம் !

64. அழியமறுக்கும் வடு

வார்த்தை சுட்டபோது
உள்ளம் வடுவானது
கண்ணீர் சுட்டபோது
கன்னம் வடுவானது
தனிமையில் வெள்ளைத்
தாளானேன்
சிந்தை எழுதியது
நான் உடன் இருக்கிறேன் என்று
நம்பிக்கையை ஈன்றது !

65. நினைத்தாலே இனிக்கும்

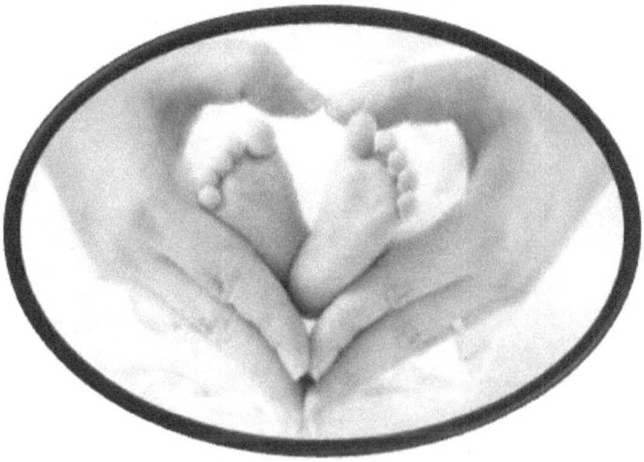

ஈன்ற குழவியின் பாதம்
பூ வின் மெல்லிய வாசம்
தேன் சுவைத்தலின் இன்பம்
வீசும் தென்றலின் பரிஷயம்
அருனோதயத்தின் ஆனந்தம்
மறந்த அன்பைநினைத்தல் சுவாரசியம்!

66. குழவிக்கவி

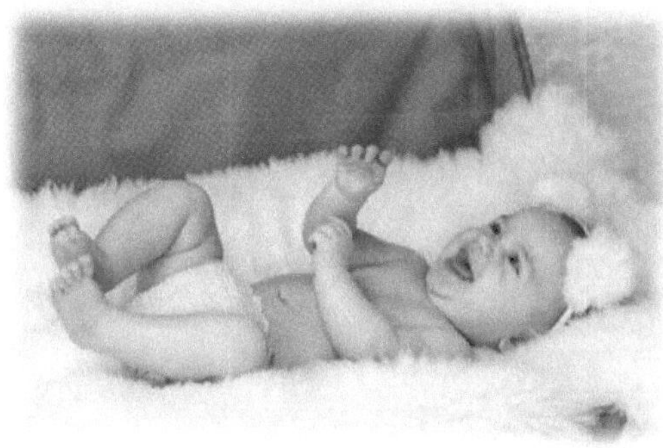

மொழியறியா மழலை கூறும்
உளரல் கவி !

67.உயித்துணர் நீ

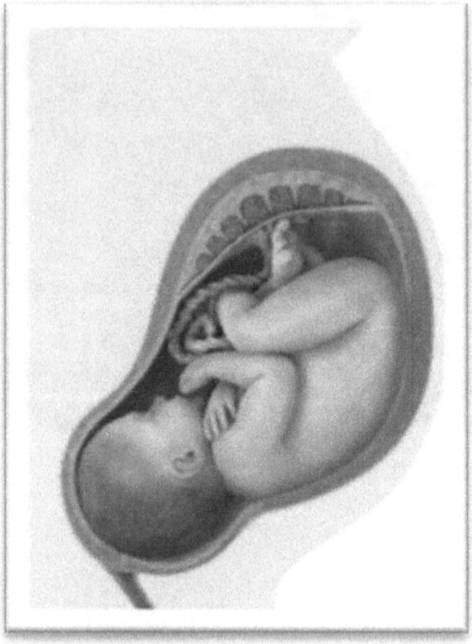

கருப்பையில் உணர்வறிந்து

வெளிவந்ததும் உணரமறந்தனர்!

68. சாரல்

வானத்தின் வேர்வையில்

நனைந்தது பூமி

துடைத்தது தென்றல்

இதோ ஒருசாரல் !

௬௯. இணைந்து வாழ்வோம்

பூ நீ ! வாசம் நான்
சுடர் நீ ! ஒளி நான்
நிணம் நீ ! குருதி நான்
எலும்பு நீ ! நரம்பு நான்
உள்ளம் நீ ! நினைவு நான்
நிஜம் நீ ! நிழல் நான்
நானும் நீயும் ஒருமையே
உணர் !

70. ஆசிரியர்கள் வாழ வாழ்த்துக்கள்

மனம் வீசும் மலரென
உயந்து நிற்கும் மலையென
சீா் படும் துலாக்கோலென
ஏறிச்செல்ல ஏணியென
நடந்து செல்லப் பாதையென
ஒளிகாட்டும் வழிகாட்டிகள் என்றும் வாழ வேண்டுவோம்!

71. இணைந்தே பிரிந்தோம்

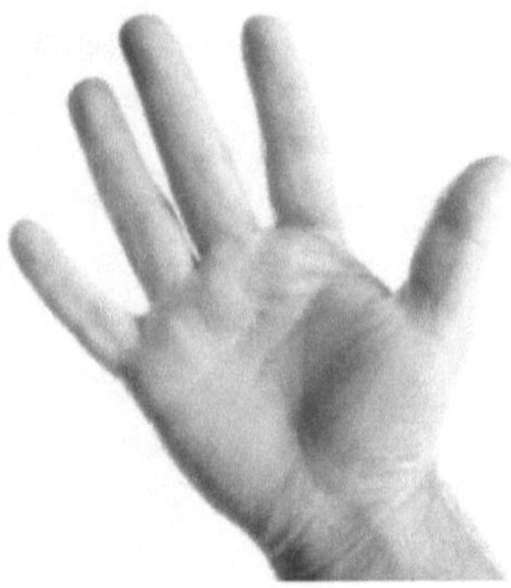

கைக்குள் விரல்கள்
இணைந்தே இருக்கும்
விரித்துப்பார் புரியும் !

72. புஷ்பாஞ்சலி

பூக்கள் உதிர்ந்து வணக்கம்
சொன்னது பூமிக்கு !

73. விழி கண்ட விசித்திரம்

புல்லின் நுனியில் உறங்கும்
பனித்துளி
துாளியில் உறங்கும்
குழந்தையின் சிரிப்பு
பூ விதழில் வழியும்
மழைத்துளி
காற்றின் இசையில்
ஆடி சோர்ந்த மணல் திறல்

மலை போர்த்திய மேகம்
முளைத்தெழும் துளிர்
கூந்தல் வருடும் தென்றல்
நடை பயிலும் நதி !

74. எழுவ தெல்லாம் சுகமே

மலர்ந்ததும் எழும் பூ வாசம்
மழை விழுந்ததும் எழும் மண்வாசம்
தென்றல் வருட சிலிர்க்கும் ரோமம்
சுவை நினைத்ததும் எழும் உமிழ் நீரும்
கவி சொல்ல எழும் பொய்யும்
புலர்ந்ததும் எழும் ஒளியும்
அலை புரள எழும் இசையும்
அந்தி வந்ததும் எழும் அன்றி ஓசையும்
இருள் வந்ததும் எழும் நிலவொளியும்
பார்த்ததும் எழும் காதலும்
நினைத்ததும் எழும் மகிழ்ச்சியும் சுகமே !

75. மணல்

மலை முகட்டில்
அருவியின்
ஆர்பாட்டத்தில் உருண்டு
தவிடுபொடியாகிய குருமணலே !
வண்டினமும் சங்கினமும்
கோடிட்டு விளையாடும் - உன்னோடு
காற்றின் இசைக்கு நடமாடி
களைத்து உறங்குகிறாயோ ?
அலைக்கடலின் ஆட்சியில்
வஞ்சிக்கப்பட்டு ஒதுங்கிடக்கிறாயோ ?
வெறுத்தவரும் மித்தவரும்
முத்தமிட வேண்டும் ஒரு நாள்
யார் வாழ்ந்தாலும் மறைந்தாலும்
நூற்றாண்டாய் வாழும் வாழ்வு பெற்றாய்
பூமியிலே நீ மட்டும் நிரந்தரம்.

76. மின்மினிப்பூச்சி

இரவுப்பூக்களை
தேடி உண்ணும்
அனல் இன்றி
வாலில் ஒளிவைத்தான்
விசித்திரன்
மின்மினிக்கு !

77. மரம்

மதம் இனம் மொழி அறியா
நாடி வரும் உயிர்களுக்கு
நிழல் தந்துதவும்
தேசியம் கற்றுக்கொள்
மரம் என்று ஏளனம் செய்யாதே மனிதா !

78. மொழியும் குடும்பமும்

அப்பா உயிரெழுத்து

அம்மா மெய்யெழுத்து

பிள்ளை ஆயிதயெழுத்து

அப்பா உயிர் கொடுத்தான்

அம்மா உரு கொடுத்தாள்

பிள்ளை வாழ்க்கையின்

பொருள் கொடுத்தான் !

79. நினைப்போம் மறப்போம்

மறக்க நினைத்த போது

கண்ணீர் தலையணை

நனைத்தது

நனைந்ததைத்

துடைத்த போது

கண்ணீர் வற்றியது !

சாதிக்க நினைத்த போது

கண்ணீர் மட்டும் மிச்சமானது !

சாதித்த போது

கண்ணீர் தீர்த்தமானது !

மறக்க முயன்ற போது

முடியவில்லை எதையும்

நினைக்க முயன்ற போது

எல்லாம் மறந்தது !

பாராட்டிற்கும் புகழுக்கும் முயன்ற போது

சிறுமையும் எளிமையும் வந்தது

சிறுமையும் எளிமையுமான போது

பெருமையும் பேறும் வந்தது !

பட்டமும் பதவியும் நினைந்தபோது

மன அமைதி தொலைந்தது !

பட்டமும் பதவியும் மறந்தபோது

மனம் சுத்த அமைதியானது !

நினைந்த வாழ்க்கைக்கு

போராட்டம் இப்போதும் !

கிடைத்த வாழ்க்கை வாழ்வதே

தேரோட்டமானது எப்போதும் !

வாழக்கை, சொர்கம், விசித்திரம்,

போர்களம், வினோதம்,

புது அனுபவம் என்பான் !

மறக்கவும் நினைக்கவும்

மனம் பக்குவ மானால்

மகிழ்ச்சி மட்டும் நிரந்தரம் !

80. உலா வரும் தென்றல்

தென்றல் மெல்ல வருட
மெட்டுக்கள் முகம் மலர்ந்தது வீச
உறங்கிய வண்டுவாசம் நுகர்ந்து
பூவை தீண்ட பூ மறுத்து
தலை சாய்க்க
பூவேடு பூ உரசல் காதல் அல்ல
பூ வோடு வண்டு உரசலே காதல் !
கோதையின் தலை கோதி செல்ல
சிலிர்த்து மகிழ்ந்தாள் !
மரக்கிளைகளில் அடர்ந்த துளிர்களை
முத்தமிட்டுச் செல்ல கிளை அசர்ந்து பார்க்க
முதிர்ந்த இலைகள் படுத்தது கீழ்லே !
நீர் நிலைகளில் நீந்தியது தென்றல்

சிறு அசைவால் அலைகள் கிளம்ப
ஓய்வெடுத்த மீன்கள் பசியால் இரைத்தேட
எழுந்தது மேலே !
சோலைக்குள் புகுந்து உற்றுப்பார்த்தது
இலைகள் தளிர்கள் துளிர்கள் சருகுகள்
ஓலைக்குள் சிறு உசுரும்
ஓய்வெடுத்ததைக் கண்ட
இலைப்பாரியது வந்தகளைப்பால்
அந்தி வந்தது அலங்காரமாய்
நடந்ததுச் சென்றது !
மாலை மலர்கள் விரிந்தது கண்டு
மங்கையர் சூடிக்கொள்ள
விரும்பினர் மகிழ்ச்சியில் !
தென்றல் உலாவிக்கொண்டே
இருக்கும் வரையே உயிர் இருக்கும்
இறைவன் இட்ட கட்டளையால் !

www.ingramcontent.com/pod-product-compliance
Lightning Source LLC
Chambersburg PA
CBHW050023170726
48282CB00025B/528
* 9 7 8 9 3 9 1 3 7 3 6 0 3 *